AF489116

உடல் பச்சை வானம்

# உடல் பச்சை வானம்

அனார் (1974)

அனாரின் இயற்பெயர் இஸ்ஸத் ரீஹானா முஹம்மட் அஸீம். கிழக்கிலங்கையின் சாய்ந்தமருதுவில் பிறந்து வாழ்ந்துவருபவர். 2004இல் வெளிவந்த 'ஓவியம் வரையாத தூரிகை' என்ற முதலாவது கவிதை நூலுக்கு இலங்கை அரசின் சாஹித்திய விருதும் (2005), வட-கிழக்கு மாகாண அமைச்சின் சாஹித்திய விருதும் (2005) கிடைத்தன. இரண்டாவது தொகுப்பான 'எனக்குக் கவிதை முகம்' தொகுப்பிற்காக இயல் விருதைக் (2011) கனடா தமிழ் இலக்கியத் தோட்டம் வழங்கியிருந்தது. 2013இல், விஜய் தொலைக்காட்சி நிறுவனம் (இந்தியா) இலக்கியத் துறைக்கான (சிகரம்தொட்ட சாதனைப் பெண்) விருதை வழங்கியது.

| | | |
|---|---|---|
| முகவரி | : | 542பீ, கபூர் வீதி, சாய்ந்தமருது, 16, 32280, இலங்கை. |
| அலைபேசி | : | 0094772546569 |
| மின்னஞ்சல் | : | anar_srilanka@yahoo.com<br>anar.srilanka@gmail.com |
| வலைப்பூ | : | anarsrilanka.blogspot.com |

# அனாரின் பிற நூல்கள்

- ❖ ஓவியம் வரையாத தூரிகை
  (கவிதை, 2004)

- ❖ எனக்குக் கவிதை முகம்
  (கவிதை, 2007)

- ❖ பெருங்கடல் போடுகிறேன்
  (கவிதை, 2013)

- ❖ பொடுபொடுத்த மழைத்தூத்தல்
  (கிழக்கிலங்கை நாட்டார் காதல் பாடல்கள், 2013)

அனார்

# உடல் பச்சை வானம்

காலச்சுவடு பதிப்பகம்

உடல் பச்சை வானம் ✧ கவிதைகள் ✧ ஆசிரியர்: அனார் ✧ © இஸ்ஸத் ரீஹானா முஹம்மட் அஸீம் ✧ முதல் பதிப்பு: டிசம்பர் 2009, இரண்டாம் (குறும்) பதிப்பு: ஜூலை 2017 ✧ வெளியீடு: காலச்சுவடு பதிப்பகம், 669 கே. பி. சாலை, நாகர்கோவில்  629 001

**uTal paccai vaanam** ✧ Poems ✧ Author: Anaar ✧ © Issath Rehana Mohamed Azeem ✧ Language: Tamil ✧ First Edition: December 2009, Second (Short) Edition: July 2017 ✧ Size: Demy 1 x 8 ✧ Paper: 18.6 kg maplitho ✧ Pages: 64

Published by Kalachuvadu Publications Pvt.Ltd., 669, K.P. Road, Nagercoil 629001, India ✧ Phone: 91-4652-278525 ✧ e-mail: publications @kalachuvadu.com

ISBN  978-81-89945-97-8

07/2017/S.No. 313, kcp 1821, 18.6 (2) MLL

தமிழ் இலக்கியத் துறைக்கு
வலுவும்
வாசனையும்
வளமும் சேர்த்த
கிழக்கு மண்ணின் பெருமிதத்துக்குரிய
பேராசிரியர் எம்.ஏ. நுஃமான்
எழுத்தாளர் உமா வரதராஜன்
எழுத்தாளர் எஸ்.எல்.எம். ஹனீபா
ஆகிய ஆளுமைகளுக்கு

# நன்றி

காலச்சுவடு
அணங்கு
உயிர் எழுத்து
புதிய பார்வை
குங்குமம்
காலம்
சொல்
கலைமுகம்
சூராயுதம்
மறுகா
ஊடறு
எதுவரை
உயிர் நிழல்
அம்பலம்
மறுபாதி

பேராசிரியர் சித்திரலேகா
பேராசிரியர் மௌனகுரு
பேராசிரியர் சுமதி சிவமோகன்
கண்ணன்
ஓட்டமாவடி அறபாத்
சண்முகம் சிவலிங்கம்
பிரேம்
சாதீக்
ரவிகுமார்

காலச்சுவடு பதிப்பகத்துக்கும்
என் அஸ்மிற்கும்

# பொருளடக்கம்

# நீர் நடனம்

ஊறும் தன்மையாய்
கட்டுப்படாத தன்மையாய்ப் பெருகி
என் நீர்உடல் நடனமிடுகின்றது
கடவுளின் கனவென வடிவங்கள் வெவ்வேறு எடுத்து

காட்டின் மறைவில் ஒளிந்து
பாறைகளில் கசிந்து வடியும் அபிநயம்
அந்தரங்கங்களைத் தொட்டு மூண்டெழும் பரவசம்
தெளிந்த தண்ணீர்த் தேக்கத்தின் ஆழ்ந்த சமநிலை
ஓடிச் சுழித்து ஒன்றிணைந்தாடுகின்றன
தசையணிந்த நீர்ச் சுனைகள்
சாரலாய்... தூவலாய்...
சலசலக்கும் சிற்றாறுகளாய்... புலன்கள்பிரிந்து
முன்வைக்கும் நீரின் கலைகள்
நீச்சலிடும் தண்ணீர்ப் பாதங்கள்
சூட்சுமமாய் நெருங்கியும்... விலகியும்...
குமிழிகள் கொப்பளித்து வெள்ளமாய் திளைக்கும்
கோடி வேட்கையின் இணைவு சூழ...
நிலத்தில் ஒட்டிக்கிடந்தாடும் நீர்
மூழ்கடிக்கும் வசீகரவளம்
முழுமை அழகு பொலிந்த மகாநதி
தன்னை நிகழ்த்துகின்றது மந்திர மண்டபத்தில்

சுவையில் மதர்த்த நடனம்
மென்மையின் திறவுகோலாகி
தன்னையே திறக்கின்றது

நவம்பர் 2008

# இரண்டு பெண்கள்

முழு அர்த்தத்தில்
நம்மைப் பகிர்ந்தபடி உரையாடிக் கொண்டிருந்தோம்
கண்ணாடி வானம்
நானுமாகி நீயுமாகியிருந்தோம்

நம்மைத் தொந்தரவு செய்யாமல்
மூன்று இரவுப் பறவைகள்
ஒன்றையொன்று தொடர்ந்து செல்கின்றன
காற்றை உடைத்து
அளவுக்கு மீறிய அகண்ட சிறகுகளினால்
அலையெழுப்பி
உடைந்த காற்றுத்துண்டங்கள்
கண்ணாடியில் பட்டுச்சிதறுகின்றன
தொலைவில்
ஏதோ தவிப்புடன் துடித்துக்கொண்டிருந்த
ஒற்றைவெள்ளி
அடுத்தவீட்டுநிழல் மூக்குக் கூரை முகட்டில்
மூக்குத்தியென ஜொலிப்பதைப் பார்த்திருந்தோம்

உனது கூடுநிரம்பி தேன்வழிந்துகொண்டிருந்த
மாயப்பொழுதைச் சொல்லிச் சிரித்தபடி
நீ ஏக்கமுற்ற பொழுது
மற்றுமொரு பறவை பறந்து செல்கிறது
நான் திகட்டும்வரை உணவூட்டியதில்
நிலா ஓரமாய்ச் சென்று அமர்ந்திருக்கலாம்

ஒவ்வொரு ஓலை மடிப்புகளிலும்
தன்னை ஒழுகவிட்டிருக்கும்
விசுவாசமான தூய்மையான அதன் ஒளியைப் பூசுகின்றேன்
விரல்களில் விசித்திரமாய் நீ பார்க்கும்
அவ்வொளிச் சாறு
அதிசய பானமாகிவிடுகின்றது
நாம் முடிவற்றுப் பருகப் பருக
தாகங்கொண்டு இரண்டு பெண்களை அருந்தும்
இவ்விரவு
இதற்குமேல் இல்லையென்ற
அற்புதத்தை சுவைத்துவிட்ட திளைப்பில்
சாய்ந்து செல்கின்றது

அந்தமற்ற கண்ணாடி வானம்
நானுமாகி நீயுமாகிக் கிடந்தோம்

நவம்பர் 2007

உடல் பச்சை வானம்

# மூன்று பொழுதுகளாலான பச்சைக் கண்ணாடிக்குள் நான்

பச்சைக்கண்ணாடி வெளிக்குள் உள்நுழைந்தேன்
கண்ணாடிக்குள் உலவினேன்
நெருப்புப் பொறியென சில குமிழிகள் சிதறின
மெல்லிய வளையங்களாய் நீர் தளும்பின
கண்ணாடிக்குள் அலையலையாக வீசியது காற்று
கண்திறந்தேன்
அபூர்வமான மெழுகுக்கடல்
ஓர் காலைப்பொழுதெனத் தெரிகின்றது
விளையாடத் தொடங்கிவிட்டேன்
புரியாதவற்றையெல்லாம்
அவை தீர்ந்தபாடில்லை...
பார்த்திருக்க மெழுகுக்கடல் கரைந்தோடிற்று

வம்மிப் பூக்கள் இறைந்துகிடந்த கண்ணாடியுள்
தொட்டாச்சுருங்கிகள் முட்களை நீட்டிச் சுள்ளென குத்தின
பகல்பொழுது
முற்றிய வசைமொழியாய் அறைகின்றது
பகலின் கதவினுள் நுழைகிறேன்
வெம்மையான சிறுநிழலில்
பசிதேங்கிய உடலைச்சுருக்கி மடங்கிக்கிடக்கிறேன்
தனிமை ஒணான்
ஒளித்தாரைகளைப் பிடித்துத் தாவிக் கொண்டிருந்தது
'வானம்' அந்த அப்பாவி முகத்துடன்
வெயிலை உரச
வாக்குறுதிகளின் அர்த்தமற்ற நடிப்பு
தளர்ந்த நிலைக்கு திரும்புகின்றது
மூடாத ஜன்னல்வழி கேட்டுக்கொண்டிருக்கிறது
மர்மங்களின் சிதில வெடிப்புகள்

பின்னர்
காத்திருக்கத் தொடங்குகிறேன்
இரவு மகாராணியின் விருந்து மேசையை எதிர்கொள்ள

மகாராணி முன்
அரசவம்சத்தின் பல்லாண்டுச் செருக்குகளோடு
நான் அமர்ந்திருப்பதை
உள்ளூர வியந்தவள் ரசிப்பதை
நானும் ரசித்து போதையேறுவதற்கு
இரவாகிய கறுப்பு திராட்சையை ருசிப்பதற்கு...
ஹவ்வாவின் கனியைப் பிழிந்த சொட்டுக்களை
நட்சத்திரக் கிண்ணத்திலிருந்து ஊற்றிப் பருகுவதற்கு
நீண்டமேசையின் அதிவிசேசங்களை நேர்கொள்வதற்கு
எல்லாவிதமான அயர்ச்சிகளையும் மறந்து
நான் நிர்வாணமாகும்போது
மகாராணி புன்னகைப்பாள்...
கரும்பச்சைக் கண்ணாடிக்குள் கேட்டுக்கொண்டிருக்கும்
காமத்தின் வேட்கை மிகுந்த சங்கீதம்
உன் உடல் மாபெரும் இசை
மற்றும் எல்லையயற்ற பச்சைவெளி என்பாள்
என்னருகில் மகாராணி

ஜூன் 2008

# நீலமுத்தம்

முத்தம் விசித்திரமான
நீலப் பறவையாக அலைகிறது
அபூர்வமும் பிரத்தியேகமானதுமான பொழுதின்
நீல மின்னல்களை
என் ரகசியவானத்தில் நீ கண்டதில்லையா
அளவுகளைத்தாண்டி நீண்டு செல்லும்
முத்தம் தேவதை
நீல இருளின் நடு ஆகாயத்தில் எனது முத்தம்
முழு நிலா
முழுவதுமாக நனையும்போது
நீ உணர்வதில்லையா
எனது முத்தம் சீரான மழையென
பயிற்சிகளைப் பூரணப்படுத்தியிருக்கும்
சிப்பாய்களைப்போல
மிடுக்கும் ஒழுங்குமாக
ஆயத்தங்களுடனிருக்கின்றன
முத்தம் கனவின் உண்மை

உண்மையின் கனவு
காயாத கசிவுடன் கண்ணாடியில் படிந்திருக்கிறது
மெல்லிய நீலத்துடன்
எரியத் தொடங்குகிறது நெருப்பு
சதைகளாலான பெருகும் விருட்சத்தில்
பெயரிடமுடியாத கனி பழுத்திருக்கிறது
அதன் மென்மைகளோடும்
ஈரப்பதமோடும்
மென் நீலமெனத் தீராமல் படர்கிறது
கம்பீரமாக
பளபளப்பாக
கூர்மையான வாள்
என் உறையிலிருக்கிறது
அச்சங்கள் எதுவுமற்று

ஆகஸ்ட் 2007

## உறைபனிக்காலம்

எல்லாம் விறைத்துக்கன்றிய பனிக்காலத்தில்
மீன்கொத்திகள் பறப்பதில்லை
காலம் திசைகளில் நடந்த மாதிரியும்
சரிந்த மாதிரியும்
புகைப்படமாகித் தொங்குகின்றது
நிறத்தைத் தொலைத்த எலுமிச்சை மரத்தை
பனிக்கட்டிகளால் மூடுண்ட கூரைகளை
எவ்வளவு நேரத்துக்கு உற்றுப் பார்த்துக்கொண்டிருப்பது
நீ இவ்வளவு பனிக்காலத்தில்
என்னைத் தேடி வராதே
எல்லாமே குளிரில் ஒடுங்கி
இரத்த ஓட்டமற்றுவிட்ட பிறகு
நெருப்புப் பொறிகளை உருவாக்கும்விதம்
முத்தங்களைச் சொரிய முடியாது

பனிக்காலத்தைப் பிடித்த பிசாசு தொலையட்டும்...
சூரியனின் புணர்ச்சிக் காலத்தில்
பனிக்கட்டிகள் உருகி ஓடும்
என் வீட்டு மரப்பலகைகள்
முறுகிக்கொண்டு சோம்பல் முறிக்கும்
தொழுவத்தில் குதிரை சவாரிக்கு உற்சாகமாகிவிடும்
இன்னும் செரி மரங்கள் தலையுதறி
பூக்கத் தொடங்கிவிடும்...



அனார்

இத்தகைய ஒளி மிகுந்த நண்பகல் ஒன்றில்
நமக்கான பகலுணவைத் தயாரிக்க விரும்புகிறேன்
சிறிய மலர்க்கொத்துடனும்
மஞ்சள் நிற வைன் ஒன்றுடனும்
நீ என் கதவைத் தட்டும்பொழுது
ஓடையில் குதிக்கும் சிவப்பு மீன்கள்
சினைக்கத் தொடங்கலாம்
இருவரும் கண்ணாடிக் கிண்ணங்களைத் தட்டி
அருந்த ஆரம்பிக்கையில்
கடைசி உறை பனியும்
உருகத் தொடங்கியிருக்கும்

ஒக்டோபர் 2008

# நிலாக்குட்டி

சொர்க்கத்திலிருந்து பறித்துவரப்பட்ட
பேரீச்சம் பழங்களின்
தித்திப்பு மிகுந்த அணைப்பினால்
முத்தங்களால் தீண்டுகிறான் குழந்தை
என்னிரு காதுகளை
இரு கைகளாலும் இழுத்து மூடி
நிலாக்குட்டியின் ரோசாப்பூ வாயினால் ஊதுகிறான்
வளராத இறகுகளுடன்
அவனது சொற்கள் மின்னி மின்னிப் பறக்கின்றன
மடிமீது குலுங்கி உதிர்ந்திட்ட
பிள்ளையின் மழலைச்சொற்கள்
பூரித்துப் பொங்குகின்றது
பால் மணமாய்

என் கருவறை நிறைய
திரண்டுகிடந்த கவிதை
ஒரு துண்டு மேகமாகி ஆகர்சிக்கின்றது
கபடமறியாத குறுஞ்சிரிப்புகளால்
அவனது கைகளில்
ஒரு பிஸ்கட் யானையின் வடிவிலிருந்தது
தும்பிக்கையை
மொறு மொறுவெனத் தின்கிறான்
ஆகச்சிறந்த பயில்வானின் தோரணைகளுடன்
தோட்டத்தில்
தத்திச்செல்லும் பிள்ளையின் பாதச்சுவடுகள்
நிலவு பொறுக்கியுண்ணும்
மிக இனிக்கின்ற உணவோ
ஏதேதோ சாகசங்களில் ஜெயித்தவனாக
உறக்கத்தில் மென்மையாக புன்னகைக்கின்றான்



அனார்

பூக்களது பூச்சிகளது வண்ணங்களதும்
ஆரவாரங்ளுக்கு மத்தியில்
அங்கே அவனை
ரசித்தபடியிருக்கும் என்னைப்பார்த்து

என் பசுங்குருத்துச் சூரியன்
உதிக்க அதிகாலை இருள் நீங்கும்
உறங்க பொன்னந்தி பாய்விரிக்கும்

(மகனுக்கு)

ஜனவரி 2008

# நிசப்தத்தில் குளிரும் வார்த்தை

நமக்கிடையே மழைக்காடுகளென
நிசப்தம் வளர்கிறது
ஆற்றுக்கரையில் மெல்லிய குளிர்மையுடன்
நிசப்தம் என்னில் தொற்றுகின்றது
நட்சத்திரங்கள் கக்கும் நிசப்தத்தை
உன்னுடைய பதில்களாகக் கருதுகிறேன்
ஆற்றுப்படுக்கையில் திட்டுத்திட்டாக தெரிகின்ற
எனது நிசப்தங்கள் மீது
கோடையெனத் தீய்கிறாய்

உனதான பள்ளத்தாக்குகளில்
ஊமை முயல்கள் வளர்கின்றன
எனது நிசப்தங்களின் புல்வெளியை
அவை பசியாறுகின்றன

நீயும் நானும் மறைக்க விரும்புவதும்
கூறநினைப்பதும்
ஒரே வார்த்தை
எப்போதுமிருந்தது அந்த வார்த்தையில் குளிர்
கடலின் ருசி
மழையின் குரலென
நிசப்தமான குளிர் பேசப்படாத வார்த்தையாய்
அலைகின்றது நமது அறைகளில்
சிறுத்தையின் புள்ளிகள்
என்னுடைய நிசப்தம்
உன்னுடையதோ
முட்டைகளைப் பெருக்கிக்கொண்டிருக்கும் ஆமை
முகமில்லாத வார்த்தைகளை
உரையாடுகின்றோம்

ஜூலை 2007

இசை பாறையாகிவிட்டது
வார்த்தை பாறையாகிவிட்டது
காலம் நிசப்தமாகிவிட்டது

அன்பின் உணர்வுகளில்
துூறல் சொட்டும் குரலில்
மறைந்திருக்கிறது கொலைவாள்
நமக்கிடையே
துூக்குமேடைக்குமேல் தொங்கும் கயிறு
அல்லது
ஆலகால விசம்

# வித்தைகள் நிகழ்த்தும் கடல்

மயங்கி மயங்கிப் பொங்கும் கடல்
மௌனமாகவும் உரத்தும் பாய்கின்றது
மிரண்டு தெறித்தோடும் குதிரைகளென
அலைகள் துரத்தி வருகின்றன
உயரப் பறக்கின்றது நுரைப்பறவை
சம்மணமிட்டு உயிர் இரையும் பாற்கடலை
உன் கண்களால் திருப்பிவிட எத்தனிக்கிறாய்
மாபெரும் கடலை
கண்கள் சவாலுக்கு இழுக்கின்றன
நினைவு வரைபடங்களின் வழிகளில்
ஏதோ ஓர் புதிர் விரைகின்றது

எதுவுமே நிகழமுடியாத இருட்டில்
யுத்தம் தொடங்கி விட்டிருந்தது
நீ பாறைகளில் தெறித்தாய்
பாசியைத் தழுவினாய்
முழுவதுமான இழப்பிலும்
முழுவதுமான வெற்றியிலும் கடல்
கொந்தளிப்பதுபோல
ஓடிப்போய் கரையில் நின்று
வியர்த்து வழியும் காற்றை
மாயப் பொடியாக்கித் தூவினாய்
சேகரித்து வந்த நூறு பிறைகளையும்
கடலுக்குள் வீசி எறிகின்றேன்
எல்லாம் மறைகின்றன
கண்ணில் படாத ஒரு சாகசநிழலில்
ஸ்தம்பித்துப் போயிருந்த கடலில்
சிறு துண்டை வெட்டி உன் வாயுள் வைக்கிறேன்
நீ 'பூப்போல' என்கிறாய்
… … …
உப்புச் சுவையாய் இரு உடல்கள் மாறினோம்
அலைகளை எழுப்பிஎழுப்பிக் கடல் ஆகினோம்

ஒக்டோபர் 2008



அனார்

# அதிசயத்தை ஒளியால் பேசிக்கொள்ளுதல்

அந்தரங்கத் தவிப்பின் அழுகையொலியூடாக
சிக்கலான வளைவுகளில் நடந்து போகிறேன்
நள்ளிரவில் 'தலதா மாளிகை' நெடுஞ்சாலை வழியாக
சாலையோரம் பழமையான காட்டு மரங்களின்
மூச்சிரப்பைக் கேட்டபடி...
வெண்ணிறப் பூக்கல்லுகளின் நீள் வரிசைக்கு தாழ்வாய்
பனி ஊறிய வீதி
மெல்லிய குளிரில் ஒடுங்கி தியானத்திலிருக்கிறது
நடுநிசியின் நிதானத்தை ஊடறுத்தவர்களாகச் செல்லும்
'பிக்குகள்' இருவரின் நடையில்
சீரான செம்போர்வை ஒளிர்கின்றது
எவ்வித சலனங்களுமின்றி
குளத்தின் மேற்பரப்பில்
தெரு மின்விளக்குகள் உடல்களை நீரில் நனையவிட்டு
மீன்களைப்போல் நடித்துப்பார்க்கின்றன

மௌனம் கருமையாய் திரண்ட உயர்ந்த
மலைப் பிராந்தியம்
இருட்டு நடுவில் பிளந்து
வாளெனச் சுடர்கிறது காட்டுத் தீ
மலைச்சரிவில் நீண்ட ஒளிக்கோடாகி
பாயும் தீ நதியில் தோன்றுகிறாள்
பெண்ணரசி யசோதரா

சொல்லிக்கொள்ளாமல் சித்தார்த்தன் ஓடிப்போன அந்நாளில்
வியாபகமாய் நிதானமாய் வெளிப்பட்ட அதே புன்னகையோடு
கண்டி மலையருவிகளின் சிணுக்கங்களுடன் வரும்
முதல் பனிக்காற்றினுள்
யசோதராவின் விரல்களின் தொடுகையை
தசைகளில் நீண்ட நேரம் உணர்ந்திருந்தேன்
பயந்த பறவைக்கு வலிமையளிக்கின்ற தன்மையானதாக
மலைக்காடுகள் பூராக அறிவித்துக்கொண்டிருக்கின்றன
மலைப்பூட்டும் வெற்றியின் செய்தியை
அதிசயத்தை ஒளியால் பேசிக்கொள்ளும் மின்மினிகள்

செப்டம்பர் 2008

# குறிஞ்சியின் தலைவி

இரண்டு குன்றுகள்
அல்லது தளும்பும் மலைகள் போன்ற
முலைகளுக்கு மேல் உயர்ந்து
அவள் முகம் சூரியனாக தகதகத்தது

இரண்டு விலா எலும்புகளால் படைக்கப்பட்டவள்

பச்சிலை வாடைவீசும் தேகத்தால்
இச்சையெனப் பெருக்கெடுத்தோடும்
மலையாற்றைப் பொன்னாக்குகிறாள்
வேட்டையின் இரத்தவீச்சத்தை உணர்ந்து
மலைச்சரிவின் பருந்துகள் தாழ்ந்துபறக்கின்றன
மரக்குற்றிகளால் உயர்த்திக் கட்டப்பட்ட
குடில்களில் படர்ந்த மிளகுப்பற்றை
மணம்கசியும் கறுவாச்செடி
கோப்பிபழங்களும் சிவந்திருந்தன

நடுகைக் காலத்தில் தானியவிதைகளை வீசுகிறாள்

சுட்டகிழங்கின் மணத்தோடு
பறைகளுடன் மகுடிகளும் சேர்ந்து ஒலியெழுப்ப
ஆரம்பமாகின்றது சடங்கு
களிவெறி... கள் சுகம்...
மூட்டிய நெருப்பைச்சுற்றி வழிபாடு தொடங்கிற்று
வளர்ப்பு நாய்களும்... பெட்டிப்பாம்புகளும்...
காத்துக்கிடக்கின்றன
மாய ஆவிகளை விரட்டி
பலிகொடுக்கும் விருந்துக்காக
தீர்ந்த கள்ளுச்சிரட்டைகளைத் தட்டி
விளையாடுகிற சிறுசுகள்
வாட்டிய சோளக்கதிர்களை கடித்துத்தின்கின்றனர்



அனார்

பிடிபட்டு வளையில் திமிறும் உடும்பை
கம்பினில் கட்டி... தீயிலிட்டு...
அதன் வெந்த இறைச்சியை மலைத்தேனில் தொட்டு
கணவன்மார்களுக்கு பரிமாறுகின்றாள் குறத்தி
தும்பி சிறகடிக்கும் கண்கள்விரித்து
இரவுச் சுரங்கத்தின் கறுப்புத்தங்கமென எழும்
தலைவியை மரியாதை செய்கின்றனர்
மலைத்தேன் அருந்தியவாறு இருப்பவளை
புணர்ச்சிக்கு அழைத்தவன் கூறுகின்றான்
'போர் தேவதையின் கண்களாக உருண்ட
உன் முலைகளால்
குறிஞ்சி மலைகளையே அச்சுறுத்துகின்றாய்'

அவளது குரல்... மலைகளில் சிதறி ஒலிக்கின்றது

'பெண் உடல் பூண்ட முழு இயற்கை நான்'

காற்றில் வசிப்பவன்
காலத்தைத் தோன்றச் செய்பவன்...
இன்றென்னைத் தீண்டலாம்

டிசம்பர் 2008

## பாணன்

ஒரு முற்றிய முழுமரத்தின் கீழிருந்து
தளர்ந்துபோன உடலுடையவன்
இசைக்கருவியை இசைத்துக்கொண்டிருந்தான்
சுழல் காற்றில் புழுதியும்
சருகுகளும் மேற்கிளம்பிப் பறந்தன
பிச்சைவிரிப்பில் வழிப்போக்கர்களின்
சில்லறை நாணயங்கள்
விழுந்து சிதறியிருந்தன
எதற்காகவோ உருக்கமாய்ப் பீறிட்டு
மனதைப் பிசையும் அவனது இசையில்
நிராசைகள் மிகுந்திருந்ததாக உணர்ந்தேன்
வெயில் திரும்பிச்செல்லும் பாதையில்
அலைகளை ஏவிக்கொண்டிருப்பவனாய்
அதிர்வுகளை சிதறுகிறான்
கசங்கிய போர்வை நுனி எழும்பி
ஓவியமென நெளிகின்றது
அந்தரத்தில் உதறிப்போகிற நிம்மதியற்ற ஆர்ப்பரிப்பை
முகில்களிடம் அள்ளி வழங்கிக்கொண்டிருந்தது
பாணனின் இசைக்கருவி

எதிலும் கவனமற்றவனாக நிரம்புவதும் வடிவதுமான
அவனது இசையின் தவத்தினுள்
நுழைந்து கொள்ள முனைபவனாக மூர்க்கமாகிறான்
வெம்மையான தெருக்களில் நடந்து களைத்த
உயிரின் ஊடுருவும் ஓலம்
விரைவாக சூழலில் இருட்டை கவியச் செய்கிறது
அவன் பொருட்டு இசையில் உருக்கப்பட்ட
மதியப் பொழுதின் பிரார்த்தனைகளை
ஏழு வானங்களுக்கும் கொண்டுசெல்கிறது காற்று
அசையாமலிருந்தேன்
அவன் சென்றதன் பிறகும்
வெகுநேரமாகியும்...

பெப்ரவரி 2008

# தொடுவானத்தின் கீழ் தனியாக

அனார்

அம்புலியைச் சூழ்ந்து, சிதறி
மந்திரம் சொல்லும் தாரகைச்சுடர்கள்
சிறிய பன்சலை வளவெங்கும் கருணையொளி தூரவுகின்றன
பழைய தோணி
வாய்க்காலில் தனித்துக் கிடக்கின்றது
உற்சவத் திடலின் வெறும் மூச்சு
துயரின் திசையிலிருந்து
துரோகத்தின் வலியை உமிழ்ந்து செல்கின்றது
தொடங்குவதும்
தொடங்கியதைத் தொடர்வதும்
தொடர்ந்ததைக் கைவிடுவதும்
பின் தொடங்குவதும்
ஆர்வமும் தயக்கமுமாய் தத்தளிக்கின்றன மேகங்கள்
முள்கம்பி வேலிகளுக்கப்பால் திரண்டு விழுங்கப்பார்க்கும்
பீதியிருட்டின் பிளந்தவாய்க்கு
எல்லாவற்றையும் கொடுத்துவிட்டு நிற்கிறேன்
அவநம்பிக்கை கூடிக் கொண்டுவரும் இந்நாட்களில்
அவனைக் குறித்தான எண்ணங்களில்
முடிச்சுகள் விழத்தொடங்கிய பிற்பாடு
உவகை பொங்கும் உறவின் கண்களில்
உண்மை கொடுங்கனவாகித் தெரிகின்றது
பல்லாயிரம் குற்றச்சாட்டுக்களால்
பித்துப்பிடித்தவளின் இரத்தத் துளி
பிரபஞ்சத்தை நிறைக்கத் தொடங்குகின்றது
அஸ்தமன உதடுகளில் சிக்கியிருக்கும்
இறுதி ஒளிக்கற்றையும்
தின்னப்படுவதை வெறித்தபடி
நிற்கிறேன் தொடுவானத்தின் கீழ் தனியாக

டிசம்பர் 2007



அனார்

## கனவுக்குள் அசையும் உடல்மொழி

மந்தமாகப் பெய்யும் மழைக்குள்
வெயில் கீற்று
வயலின் ஒலியாக ஊடுருவும்போது
மறுபடியும் நாம்
காதலைச் சொல்லிக் கொள்கிறோம்

முற்றிய வசந்தம்
முழுஅழகையும் வெளிப்படுத்தும் மலைத்தொடரில்
இரண்டு பேரருவிகள் பாய்கின்றன

மண் ருசி...
மண் மணம்... பாய்ந்த உடல்
ஒவ்வொரு சந்திப்புகளிலும்
புதுநிலமாகி விளைகின்றது

வார்த்தைகள் எதுவுமில்லை...
ஆனால் நீ கதையொன்று சொல் என்கிறாய்
பன்மடங்கு காதலில் குழைகின்ற கண்களிடம்

வானவர்கள் நமக்காக கூடியுள்ளனர்

உடல்மொழியில்
காட்டுப்புறாவின் கூவல் ஒலிக்கின்றது

கனவுகளை காய்த்து நிற்கின்ற
மா... மரம் நீயென்றால்
நான் உன் கனவிற்குள் சிரித்து
குலுங்கிக் கொண்டிருக்கும்
கொன்றைப் பூ மரமா...

பெப்ரவரி 2009

# அக்காவுக்குப் பறவைபோல சிரிப்பு

உயரத்தில் அவ்வளவு உயரத்தில்
அக்காவை வைத்திருந்தோம் இன்னொரு தாயாக
அவளது கரங்கள்
எப்போதும் வற்றாது கிளைபிரிந்தோடும் நீரோடை
அதன் கரையின் குளிர்மையில்
தங்கைகளும் தம்பிகளுமாக
விளையாடிக்கொண்டிருந்தோம்
பொறுப்பு வாய்ந்த முடிவுகளை
அவளிடமிருந்துதான் நாங்கள் பெற்றுக்கொள்கிறோம்
சமமான நம்பிக்கை
சமமான அன்பு
எப்போதும் வண்ணங்கள் வெளிப்படும்
ஆகாயம் அவளாகினாள்
மென்மையாக ஊறுகின்ற குளிர்காலத்தில்
செடிகளைப் பிடுங்கி நடுவதும்
தென்னோலை உரசல்களைப்போன்று
பாடலிசைப்பதுமாக அலைவாள்

அன்பூறும் நேரத்தில்
பொங்கும் அன்போடு அவள் கரம்பிடித்துச் சுற்றுவேன்
சுழற்றுவேன்
அப்போது அக்காவின் சிரிப்பு
பறவையைப்போல் பறந்து செல்லும்
நான் இன்னும் அவள் சிரிப்பதற்காய்
கிறுகிறுத்து ஆடும் பொன்வண்டு

பின்பொரு நாள்
ஈயக்கரைசல் துளிகள் அவள் கண்களில்
கசிந்ததைப் பார்த்தேன்
நானோ புதிர்கள் புரியாதக் குட்டிப்பெண்
தூண்டில்போட அழைத்துவந்தோம் அக்காவை
பாசிபடிந்த குளக்கரையில் கால்களைவிட்டு
நீரை ஆர்வமின்றி அளைபவளிடம் கேட்டேன்
இந்த குளிர்த்திப்பூச்சிகள்
வரிசையாக எங்கே செல்கின்றன
'கனவுகள் முடியும் இடத்திற்கு என்றாள்'
கலைந்து ஒழுங்கில்லாமல் கிடந்த அவளது
நீண்ட கூந்தலை பின்னி முடித்தபொழுது
அக்கா என் மடியிலே நித்திரையாகியிருந்தாள்
அதன் பிறகு வேறொருபோதும்
பறவைகள் சிறகடித்துச் செல்லும்
சிரிப்பை அக்கா சிரிக்கவேயில்லை

ஏப்ரல் 2008

உடல் பச்சை வானம்

## பாலை

வருடத்தின் இறுதிப் பருவகாலம்
மெல்ல மெல்லக் கழிகின்றது
கரையோரங்களிலிருந்து
திரும்பிவிட்டன நீர்ப்பறவைகள்
குலாவித்திரிந்த ரீங்காரங்களை
முயங்கிக்கலந்த குறுகுறுப்பை
அந்தர வெளியில் விட்டு
இப்போது வெறுமையுற்றிருக்கும் கூடுகளுக்குள்
ஞாபகங்களாய்
மெதுமெதுப்பாய் இறைந்துக்கிடக்கின்றன
அவற்றின் சில சிறகுகள்
வேர்விட்டு உறுதியாகி
பூரித்துக்கிடந்த சோலையின் வனப்பை
உறிஞ்சத் தொடங்கியிருக்கின்றன
கோடையின் துன்புறுத்தும் நாவுகள்
அழகுதிர்க்கும் மரங்களோ
செழிப்படைவதை நிறுத்தியுள்ளன
நோய்ப்பிடித்துச் சோர்ந்து
காய்ந்தநிலத்தினை மேய்ந்து காற்று நாறியது
காலத்தின் கண்முன்னே கரைகின்றது
நினைவின் பொற்காலம்
சங்கமிக்கும் அந்தரங்க ஒளித்தாரைகள்

காதல் நிரம்பிய பொழுதுகளின் ரம்மியம்
வஸந்தகாலத்திற்கேயுரிய திண்மையும் அரவணைப்பும்
கோலம்குறைந்து முடிவுக்கு ஆயத்தம் கொள்கின்றன
உத்தரவிற்காக காத்திருக்கின்ற
கடைசி நிமிடங்களின் பதைபதைப்புகளோடு
விரக்தியுற்றிருக்கும் இறுதி மனோபாவத்தோடு
ஓடி மறையும் வஸந்தகாலத்தின்
கைகளுக்குள் வைக்கிறேன்
உணர்வு பீறிட்டிருக்கின்ற அன்பின் காணிக்கையை

பிரளயங்களைத் தோன்றச்செய்யாமல்
நேசத்தின் தடயங்களை
அழித்துச் செல்கிறது வஸந்தகாலம்
செல்லப்பிராணியின் அகால மரணத்தைப்போன்று

ஜனவரி 2008

உடல் பச்சை வானம்

# நிருபரின் அறிக்கை

கொலை நடந்து நான்கு மணித்தியாலங்களாகின்றன
விறைத்த விரல்களுக்கிடையில்
ஊரத் தொடங்கிவிட்டன எறும்புகள்
நுரைதள்ளிய வாயை
ஈக்கள் சுதந்திரமாக மொய்த்துக்கொண்டிருக்கின்றன
வெற்றுடம்பில் பின் கட்டப்பட்ட கைகளில்
முறிந்து தொங்கிய கழுத்தில்
அகல விரிந்துகிடந்த கால்களில் தெரிகின்றன
சந்தேகமின்றி இது திட்டமிட்ட கொலை என்பதற்கான
அத்தாட்சிகள்
முதலில் வார்த்தைகளைத் தின்றுவிடுகிறது மரணம்
இறந்தவன் கண்கள் மூடியிருக்கின்றன
அந்த கண்களின் இறுதி எதிரொலி
எவருடைய ஆன்மாவிலும் மோதியிருக்கவில்லை
மூங்கில் பற்றைக்குள் வீசப்பட்டவனை
காற்றும் சூரியனும் அளைகின்றன...
இரண்டொரு இலைகள் விழுந்து அவனுக்கு
இறுதி மரியாதை செய்கின்றது
மர்ம மனிதன்
கொலை புரிந்த களைப்பில்
எங்கேனும் பீர் குடித்துக் கொண்டிருக்கலாம்
அல்லது தலைவனுக்கு தகவல்சொல்ல
*sms* செய்துகொண்டிருக்கலாம்
முற்றாக பழுதுபட்ட 'இயந்திரம்' புகைவிடத் தொடங்கி
தேசத்தின் முகம் இனங்காணமுடியாதவாறு
கரி அப்பிக்கிடக்கின்றது
உயிரோடிருக்கின்றது குற்றம்
உயிர் விட்டிருக்கின்றது நீதி

நிலத்தில்... வாழ்க்கையில்...
தன்னுடைய நம்பிக்கையில்... பிணம்
உணர்வறுத்துக் கிடக்கிறது...

மார்ச் 2008



அனார்

# இறுதி நிலைகள்

சாமர்த்தியங்களுடன் வருவான்
நேர்மையுடன் வருவாள்
தந்திரங்களை வழங்குவான்
நம்பிக்கைகளை வழங்குவாள்
நிறங்களை மாற்றிக்கொண்டிருப்பான்
ஒளியினை அணிந்துகொண்டிருப்பாள்
தொடுவான்
உணர்வாள்
அவனுடையவைகள் சுயநலன்கள் சார்ந்தவை
அவளுடையவைகள் தியாகங்கள் சார்ந்தவை
நிரந்தரமற்ற திசைகளில் அவனது பயணங்கள்
அவளது இருப்பு ஊன்றப்பட்ட பாறை
விரைவில் உதிர்ந்துவிடுகின்ற காயங்கள் அவனுக்கு
வலியில் ஆழமாகின்ற காயங்கள் அவளுக்கு
அவன் அவனது சார்பாகவே பேசுபவன்
அவள் மனதின் குரலை செவிமடுப்பவள்
அவனது அனுபவம் பாடம்
அவளது அனுபவம் வாழ்க்கை
அவனது காதல் பொய்கள் சூடி சிறகடிப்பது
அவளது காதல் உண்மையின் பாரத்துடன் மூழ்குவது
அவனுடைய அரசியல் வெற்றி
அவளுடைய அரசியல் அமைதி
அவன் எப்போதும் அதே ஆண்
அவள் எப்போதும் பெண்

ஏப்ரல் 2008

# முந்திரி மரத்தில் மழைத்துளிகள்

அது
காதலுக்கு அருகில் இருந்தது...
மிக அருகில்...
உக்கிரமிக்க யுத்த நிலத்தில் நீயும்
கண்காணிப்பும் அச்சமுமான பயணத்தில் நானும்
வாழ்வை எழுதிக் கொண்டிருந்தோம்
இழப்புகள் உயிரில்
கனவுகள் கண்களில் சேர்ந்திருந்தன

முதுவேனிற்கால வல்லூறுகள் சத்தமிடும்
மின்சாரமற்ற இரவில்
உன்னைச் சுட்டுக்கொன்றனர்
செம்மணலில் உன்னுடைய இரத்தம்
உன்னுடைய இறுதிக்கவிதையை எழுதியது
மனைவி மகன்களின் கண்முன்னே
புறாவின் ஒடுக்கமாய் நீ இறந்தாய்
குமுறி வெடித்த அவர்கள் சப்தங்கள்
இந்தப் பாழும் உலகை மோதிய போது
உணர்வுமிக்க கவிஞனைப் பறிகொடுத்தேன்
காதலுக்கு மிக அருகில்... இருந்தது
கடலை ஊமையாக்கிவிடும் துயரம்

நாய்கள் ஊளையிடும் நடுநிசியில்
நீ எனக்கெழுதிய கடிதங்களில்
அந்நியமான காலடி ஓசைகளும்
பயங்கரமான நடுக்கங்களுமிருந்தன
இப்போது உன் எழுத்துக்கள் என்னோடு கிசுகிசுப்பதை
எதையோ விசும்புவதை
படுக்கையில் வியர்வைவழிய துணுக்குற்றுணர்கிறேன்
உன் பிரிவிலிருக்கின்ற அகற்றமுடியாத இருட்டு
மலைமுகடுகளில் திரும்பத்திரும்ப உறைகின்றது



அனார்

பனிக்காற்றில் சாந்தம் கொள்ளும்
எளிமையான உனது கல்லறையில் வைப்பதற்கு
உண்மைகள் பற்றிய கவிதையை
மௌனங்களால் எழுதிவருவேன்
விடுபடமுடியாத வலியுடனிருப்பவளுக்கு
உனது மென்மையான இதயத்தைப்போன்ற பூச்செண்டை
குழந்தைகளுக்கு முத்தங்களையும் கொண்டுவருவேன்

மழைத்துளிகள் சொட்டுகின்ற
முந்திரி மரத்தை கடந்து செல்லும்
புகைமூட்டமான காற்றில் –
பறந்து கொண்டே இருக்கின்ற உன் விழிகள்
எல்லாவற்றையும் கவனித்துக்கொண்டிருக்கும்

*(சந்திரபோஸ் சுதாகருக்கு)*

ஏப்ரல் 2008

# பாமரத்தி

அவளது விரல்கள்
தானியக் கதிர்களென விரிந்திருக்கின்றன...

கிரீடமாக ஆகாயமிருந்தது

கண்கள் இரண்டும் நாவற்பழங்கள்

முகம் காலைப்பொழுது

முடிந்த கூந்தல்... தூக்கணாங் குருவிக் கூடு

பற்கள் ஆயுதங்களென பளிச்சிட்டன...

நடக்கத் தொடங்கியிருந்தாள் சுயேச்சையாக...

எவருக்கும் உடைமையற்றவளாக
வரலாற்று உடலை நிமிர்த்தி
காலத்தின் ஆன்மாவை மிகைத்து... ஏறி மிதித்தவாறு

நவம்பர் 2008



அனார்

# கண்களால் புல்லாங்குழல் வாசிப்பவள்

மலைமலையாக நீந்திக் கொண்டிருக்கும்
முகில் குவியல்களை விலக்கி
முதலாம் தட்டு... இரண்டாம் தட்டு...
மூன்றாம் தட்டென... கீழ் நழுவிநழுவி
ராட்சதப் பௌர்ணமி நிலா
நிறைமாத கர்ப்பிணி வயிற்றின் மினுக்கமாய்
என் கையில் வந்திறங்குகின்றது
அதன் பிரகாச ஒளி
ஆகாயமெல்லாம் இருக்க
அதிசயமான பெரும் நிலா
என் கைகளில் ஒளிப்பந்தென ததும்புகின்றது

உற்று உற்று அபூர்வமாய் பார்க்கின்றேன்
விசைகூட்டி
பின் மெல்ல உயர்ந்து மேலெழுகின்றது
மூச்சை மூழ்கவைக்கும் சந்தன வாசம்
அதன் பொன்னிற மகரந்த துகள் அப்பிய
என் உள்ளங்கைகளில்
இப்போது பெரும் வானவில் ஒன்றின் முனை
ஊன்றியுள்ளது
அடுத்த முனையினை
தன் கட்டிலின் காலில் கட்டி காவல் வைத்திருப்பாளோ...
பசலையைப் பின்னும் மாயச்சிலந்தி
ஒளியின் கூந்தலை விரித்துப்போட்டிருப்பாள்
பௌர்ணமி அடிவானத்தில்
பெரும் மகோன்னதக் கனவு காட்சியாகிக் கிடக்கிறது

நான் கண்களால்...
புல்லாங்குழல் வாசிக்கத் தொடங்குகிறேன்

மே 2008

# அழைப்புகள் வராத செல்போன்

பூமியின் பாதாள மறைவிடங்களில்
பூகம்பம் நிகழ்ந்திருக்கலாம்
நிலச்சரிவின் அடையாளம் தெரிகின்றது
எரிமலையின் ஆழத்தில் நெருப்பு
புகைவிடத் தொடங்கிற்று
வீட்டுச் சுவர்களில்
இரண்டாகப் பிளந்த வெடிப்புகள் தோன்றுகின்றன
நேற்று பார்த்து பார்த்து
துடைத்து வைத்த பளிங்குப் பாத்திரம்
எதிர்பாராமல் கைதவறி நொறுங்கிற்று
குழந்தையின் புதிய ஆடையில்
தையல் பிரிந்திருக்கிறது
குறித்த இலக்கத்திலிருந்து
அழைப்புகள் வருவதில்லை
செல்போனுக்கு
... ... ...

கனத்த பனிமூட்டம்
பாதையை மறித்து நிற்கிறது
தொலைவில் அந்த உருவம்
வந்துகொண்டிருக்கின்றதா
போய்க்கொண்டிருக்கின்றதா
எனத் தெளிவாகத் தெரியவில்லை

டிசம்பர் 2007



அனார்

# விசம்படர்ந்த தன்மைகள்

வார்த்தைகளின் கண்கள் மூடியிருக்கின்றன
கனவின் ஒலிகளால் தீண்டி உருக்குகிறது விசம்
தாங்கமுடியாமலிருக்கிறது
தூண்டிவிடப்பட்ட இரு விலங்குகளின்
பிறாண்டலும் மூர்க்கமுமான உள் சத்தம்
நஞ்சை செயலிழக்கச் செய்யும்
மாற்று மருந்திருக்கின்றதா
எவற்றையும் இரத்துச் செய்யாமல்
உணர்வுகளைப் பணியவைக்கத் தெரியாமல்
அழுகிய புழு நெளிந்து செல்கிறது
உள் வீட்டுக் கதவின் பின்புறம்
சமையலறை வெங்காயக் கூடைப்பக்கம்
கட்டிலின் குறுக்காக
அப்படியே கலையாதிருக்கிறது
அத்துமீறி என்னுள் துளைத்துவரும்
மங்கிய கனவுப்புயல்
பைத்தியங்கள் கொண்டெரியும் நீலம்பாரித்த விசத்தை
இறுதியாக பரிமாறிய முத்தங்களை
உடம்பிலிருந்து தேய்த்துக் கழுவுகின்றேன்
நமது விவாகரத்தின் காவியத் தன்மைகள்
குரூரமான வலியின் ஈரத்தோரணங்களுக்குள்
விலைமதிப்பற்றிருக்கின்றன
உனது சகோதரனை
உன் சிரிப்புடன் சந்தித்து திரும்பியதிலிருந்து
துளிர்த்து விகசிக்கின்றது பொன்னிலம்
நீயே கசக்கி நசித்து
எரித்துச் சாம்பலாக்கிய என் உயிர்நிலம்

அதன் ஆழத்தில்
நீயே விசமேறும் வதை...

ஓகஸ்ட் 2008

# உக்கிரம்

நிந்திக்கப்படுகின்ற பொழுது எவ்வாறிருக்கும்
பலிபீடத்தில் நெருப்புச் சுவாலையின்
தீண்டலென நீளும்பொழுதின் வதை எவ்வாறிருக்கும்
அதைத் தீர்ப்பெழுதுகின்றவர்களின் மொழி
ஓநாயின் கண்களைப்போல் திகிலூட்டுகின்றது
இலையுதிர்கால உக்கிரத்தில்
அபயம்கோரும் துடிப்புகள்
துவேசங்களுக்குள் வீசப்படுகின்றன
அதிகாரத்தின் கொடுங்கோன்மை
தூக்குமேடைச் சடலத்தில் விறைத்திருக்கிறது
உணர்ச்சிகளின் குளிர்ந்த புகைமூட்டத்தினுள்
தீர்ப்பெழுதப்பட்டவனின் இருதயம்
(இனியெப்போதும் கிடைக்காத)
ஆழ்ந்த முத்தத்தின் ஏக்கமென
மாறாத அச்சத்தோடு அலையக்கூடும்
உலகைப் பார்த்துக் கூறவிரும்பிய
வாழ்த்துக் கூறல்
பிரியாவிடைக்கான கை அசைப்பு
சிறிது உயிரிருக்கும் குரல்வளையில்
உள் தணிந்திருக்கும்



அனார்

நீதியின் பெயரால்
கழுத்தை நெறிப்பதற்காக
தொங்கவிடப்பட்ட தூக்குக்கயிறு
எல்லாவற்றையும் முடித்துவிடுமா

பின் கட்டப்பட்ட கைகளுக்குள்
வலித்து வியர்வையில் மணக்கிறது
மனித உடற்கூடு
அனாதரவாக்கப்பட்டபோது
எங்கிருந்ததோ
அவன் தேடிய கருணை
அவன் அடைக்கலம் கோரும்போது
எங்கிருந்ததோ கருணையின் மனச்சாட்சி

ஜூலை 2007

# மருதம்

காலைப்பனியில்
ஈரமணலில்
வெள்ளை மல்லிகைகள் சொரிந்து கிடக்கின்றன
ஆயத்தி மலையின் பன்கட்டுகளை விற்பதற்காக
கூவிச் செல்கிறாள் நெற்றியில் விபூதியும்
வாயில் வெற்றிலையும் இட்ட கிராமப் பெண்
சேறும் மாட்டுச் சாணமுமாய்
கிறவல் ஒழுங்கையின் மொச்சை வீச்சம்
மரச்சுள்ளி மிலாறுகளை தூக்கக் கலக்கத்துடன்
பொறுக்கிக் கட்டுகிறாள்
வயிறு பிதுங்கிய பரட்டைத்தலைச் சிறுமி
ஓட்டை விழுந்த கறுப்புக் குடையை
ஒரு கை விரித்த வண்ணம்
ஆசாக் கோலை மறு கை ஊன்றியபடி
மிடுக்காகப் பார்த்து நிற்கிறார்
கண்ணாடிபோட்ட வயோதிபர்
ஆட்டுப்பட்டியை இடையன் பக்குவமாக
மேய்த்துச் செல்கிறான்
அவை ஒரே நேரத்தில் 'மே' என்று கத்துகின்றன
'காவு தடியை' தூக்கி
முதுகு வளைய நடந்து
மீன்களின் பெயர்களைக் கூவுகிறான் மீன் வியாபாரி
ஓலைகளால் வேய்ந்த களிமண் குடில்களின் முன்
முக்காடு போட்ட பெண்கள்
காற்றுக்குள்ளிருந்து எதையோ அள்ளுவதும்
விரல்களுக்கு வெளியே ஊற்றுவதுமான லாவகங்களோடு
நிறச் சாயமூட்டிய பாய்கள் பின்னுகிறார்கள்
ஒருவன் சிறிய மீன் வலையை புல்வெளியில் உலர்த்த
நாலைந்து வெட்டுக்கிளிகள்
வலைக்குள் சிக்கிக்கொள்கின்றன



அனார்

மாந்தோப்பு... வாழைத்தோட்டம்...
நெடுத்த பலா மரங்கள்...
சின்னச்சின்ன ஆறுகள் தாண்டி
சாய்ந்த மருதமரத்தடி பெட்டிக்கடைக்கு வந்து
சேர்ந்தோம்

மாடுகளை உழவவிட்டு
களிமண் அப்பிய கச்சையோடு அமர்ந்திருப்பவர்
வயல்வெளியை... தூரத்தெரியும் மலைகளை...
நடுவே கிடக்கும் ஆகாயத்தை
ஒருவித நாட்டத்துடன் அருந்துகிறார்
அப்படியே செவ்விளநீரைப்போல் ருசித்து
தெவிட்டும் மயக்கத்தை ஊட்டுகிறது
எங்கும்
நெல்வயல்களில் பால்பிடித்த கதிர்களின் மொச்சை

மார்ச் 2008

# நிரம்பிய கூடை

நான் வாசனையை சொற்களாக்கிக் கொண்டிருந்தேன்
எனது காதலும் அப்படித்தான்
என்னை பளுவற்று நறுமணமென மிதக்கச்செய்கிறது
உன்னை அழைக்கிறேன் எப்போதுமுள்ள கர்வத்துடன்
என்னுடைய மேன்மைகளுக்கு
எனது அப்பழுக்கற்ற முழுமைக்கு
மின்னல்களுக்கு ஒளிபாய்ச்சிச் செல்கிறாள்
தேவதைகளின் ராணி
இதோ அண்மையில் நிரம்பிய கூடை
காட்டுப் பூவிலிருந்து எடுத்த முத்தம்
நீரின் சலசலப்புக் கேட்கும் மேனி
'அனாகத நாதம்' தோய்ந்த பாரம்பரியமான பியானோ

என் மகத்தான கவிதைகளில்
கீர்த்திமிக்க வரலாறென நீ வீற்றிருக்கலாம்
இலையுதிர்கால வனத்தின் மறைவிடங்களில்
மின்னல் ஒளி குதிரையெனப் பாய்கின்றது

வெளுத்து முளைக்கின்றது
மழைநின்ற பிரகான வானம்

உன்னை அழைக்கிறேன் என்னுடைய மேன்மைகளுக்கு
எனது அப்பழுக்கற்ற முழுமைக்கு
சவால்கள் வெல்லப்பட்டுவிடும்
நமது பெருமிதங்கள் நமது ஆற்றல்களோடு கலக்கும்
காதல் உரித்துடைய இரு உயிர்களை
சொர்க்கத்திற்கு எடுத்துச் செல்லும்

மார்ச் 2008



அனார்

# ஆற்றைக் குடிக்கும் கொக்கு

நீள்கரை சூழ்ந்த வாவியின் மத்தியில்
உன் வீடு தவமியற்றும் கொக்கு
உன் கண்களின் வாசல் கதவுகளால் வந்தேன்
விலங்குத் தன்மையற்ற முதிர்ச்சியோடு
வரவேற்கின்றது நாய்
கிராமத்து சிறிய மைனாக்களையும்...
நீர்ப்பாம்பையும்... குழந்தைக்கு காட்டிக்கொண்டிருந்தேன்

குஞ்சுபொரிக்கும் பருவத்தில் இருந்தன
தென்னம்பாளைக்குள் நீலநிற முட்டைகள்...
முற்றிக் கனிந்திருந்தது பலா...
வெள்ளை மணல்மேல் பூத்திருந்த
குடைக்காளான்களுக்குள் ஒளிர்கின்றவையெல்லாம்
உன்னுடைய ஆசைகள் தானென்கிறாய்
இளவெயிலெ ன ஊடுருவி
புன்னகை செறிந்திருந்தாய்
நமது பொற்குடம் பொங்குகின்றது
மெல்லிய கனிவுடனும் கர்வத்துடனும்
அதன் கருகல் மணம் பசியூறச் செய்கின்றது
சொற்களின் ஏணியிலேறி வருகிறேன்
புதிர்களின் உயரத்திற்கு
நமது மனங்கள்
பூமியில் தனித்தனியே விழுந்தபோது
கேட்ட அழுகை ஓய்ந்துவிட்டது
புத்துயிர்ப்பான நம் விரல்கள்
உள்ளங்கையோடு பேசுகின்றன
காலைப்பொழுது பூமியின் கண்களை
நேராக சந்தித்துக்கொள்ளும் விதம்
முதல் தடவையாக
சில அர்த்தங்களை உணர்கிறேன்

டிசம்பர் 2008

# சூரியக்கோயில்

முதுகினில் இறக்கைமுளைத்த வனதேவதை
மெழுகுபோன்று முளைத்து வருகின்ற
தன் ஒற்றைக்கொம்புடன்
தலையை நிமிர்த்திப் பார்க்கிறாள்

'கொனாரக்' அதிசயங்கள் விளையும் நிலம்
அளவற்ற வியப்புடன் ஸ்பரிசிக்கின்றாள்
அப்போது தொன்மையான அவளது ஆன்மா
கண்களில் எட்டிஎட்டிப் பார்த்தது
சூரியக்கோயிலை தழுவி வீசும்
ஆதிக்காற்றின் காதுகளுக்குள்
பேருணர்ச்சியை கூவினாள்
முதலும் கடைசியுமான வாழ்த்துக்களை
சிற்பங்களுக்குச் செலுத்தினாள்

வஸந்தகாலப் பனியில் உணர்வில் மூழ்கி
இன்னும் இறுகத் தழுவிக் கொண்டிருந்தன
இரண்டு பெண் சிற்பங்கள்

பிணைந்தது பிணைந்தவாறே கற்பனையிலிருக்கும்
திவ்யமான அந்தரங்க ஓசைகளை புதிதாய் கேட்டு
புலன்கள் பூரித்து நிரம்பிற்று
அமானுஷ்யப் பரிவாரங்கள் ஆட்சி செய்யும்
சுதந்திரசதுக்கத்தில்
கண்கோர்த்து... கைகோர்த்து...
கற்சிலைகள் பூரணத்தில் ததும்புகின்றன
செதுக்கப்பட்ட வடிவங்களில் ஒன்றில் விடுதலை
மற்றொன்றில் நித்யம் இன்னொன்றில் ஆற்றல்
தீர்க்கமாய் தெளிவாய் உயர்ந்து நிற்கிறது
சூரியக்கோயில்
வலப்புறமாக



அனார்

இரு யானைகளின் முதுகினில்
சிம்மங்கள்பூட்டிய தேர் கம்பீரமாக காவல் புரிகின்றது
பனியில் உயிர் குளிர்ந்து
குதூகலத்தை அபிநயித்து
அருகருகே ஆதிச்சம்பாசணைகள் புரிகின்றன சிற்பங்கள்
உவகையும் சல்லாபமும் மிகுந்திருந்த
அபூர்வமான அனுபவம்
புராதன கலைமேன்மைகள் பொதிந்த அவ்விடம்
சூரியக்கிரணங்களில் முயங்கிப் பொலிகின்றது
அதி இயற்கையின் மாயக்கம்பளத்தில்
சிற்பங்களின் பொற்காலம் மறைவதேயில்லை

முதுகின் இறக்கையை உயர்த்தி மொய்க்கிறாள்
யாரும் ஏறாத கனவின் உச்சியை
அரூபமான பிரமாண்டத்தினுள்
கண்கூசும் புதையல்களை கண்டெடுக்கிறாள்

விலைமதிப்பற்ற அதிர்ஷடத்தை
பெரும் வல்லமையை... விடுதலையை...
தனது கனவின் மொழிகளில் விதைக்கின்றாள்

ஜூலை 2008

# வெளியேற்றம்

என்னுடைய வரிகளில்
என்னைத் தந்து முடிவதும் இல்லை
எடுக்கவும் முடிவதில்லை

சொற்களின் சுழற்சித்தீவிரத்தில்
நினைவுரயில் விரைந்து கடக்கையில்
பாய்கின்றது
என்னை வெளிப்படுத்தக்கூடிய
ஒரே ஒரு வார்த்தை

கருநொச்சிப் பூ...
கிளி...
நத்தை... குறித்த
வார்த்தைத்தன்மைகள்
மிகுதியான இறுக்கத்துடன்
விபத்தின் உருக்குலைவில் கதறும் பிராணி
இல்லையேல்
தற்கொலை பற்றியே யோசிக்கின்ற பைத்தியம்

மழையில் நனைவதை விட்டுவிட்டேன்
'கஜலின்' மிருதுவான ஆலாபனையொன்றுடன்
இழைந்து
கிடந்ததையும்

கொதிநிலை விதிக்கப்பட்டிருக்கும்
எரிமலைநெருப்பு உங்கள் முன்
மெழுகுவர்த்திகளில் ஏற்றப்பட்டும்
ஊதுபத்தியில் புகையயவிடப்பட்டும்
அவமானத்துக்குள்ளாவதன் சித்திரவதை நான்

இதே கவிதையின்
எதோ வரியில்
எங்கோ ஒரு சொல்லில்
எல்லாவற்றிலும் எனது வெளியேற்றம் இருக்கலாம்
... ... ...
இல்லாமலும் இருக்கலாம்

ஏப்ரல் 2009

# தூக்க மாத்திரைகள்

. . .  . . .  . . .
. . .  . . .  . . .
அதன்பிறகு
'பிரிட்டன்' ஒன்றை விழுங்குவதிலிருந்து
உறங்கும் பழக்கத்தை ஏற்படுத்திக்கொண்டேன்
எப்போதும் புதிய பதில்கள் இருந்துவந்திருக்கின்றன
ஏன் நித்திரைசெய்ய முடிவதில்லை என்ற கேள்விக்கு

குளியலறையில் தண்ணீரை சிந்தவிட்டபடி
கண்ணாடி அதிர குலுங்கிவிழும் என்னுடைய கண்ணீர்
இதற்கு எப்போதும் ஓர் வலுவான சாட்சி
குற்றம் சுமத்துதல்
தப்பித்தல் இரண்டுக்குமிடையே
மாத்திரைகளின் பங்களிப்பு தற்காலிகமானது

நினைவின் உணர்வை . . .
உடம்பின் உயிரை . . .
இனி தீர்மானிப்பதற்கான உரிமையை
மாத்திரைகளிடமே விட்டுவிடுகின்றேன்

கனவில் பெருகும் குருதிப் பிசுபிசுப்பிலிருந்து
ஓடும் கால்களை விலக்கிக்கொள்வதற்கு . . .
திருப்பங்களில் தென்படும் பதாகைகளில்
மண்டையோட்டின் கீழ்
துரோகம் எனும் குறியீட்டை தவிர்ப்பதற்கு . . .

தப்பிக்கமுடியாத விரக்திகளிலிருந்துகொண்டே
தப்பிச்செல்லும் போட்டியில்
விளையாடுவதற்கான முன் ஆயத்தங்களுக்காக...
காரணங்களும்
மாத்திரைகளின் எண்ணிக்கைகளும் அதிகரிக்கின்றன

பெரும் சூறாவளிக்குத் தப்பிய
பரிசுப்பொருளின் சிதையாத பாகமாய்
கிடைக்கின்ற தூக்கத்தை அணைப்பேன்

உறக்கத்தின் அரங்கத்தில்
மிதக்கும் திரைகளில் பிடித்த நெருப்பு
உக்கிரமான நடனமாகின்றது...

ஏப்ரல் 2009

# பாறை இயல்

சூழ்ச்சிகளால் மறைக்கப்பட்ட பாதைகளில்
உறுதியான உரோமங்கள் மூடிய
பாறைகள் நகர்கின்றன

என்னுள் பாறைகள் வளர்ந்து கொண்டிருப்பது
உனக்குத் தெரியாது
(உனக்குத் தெரியாத இன்னொன்று, என்னை
எப்படி காதலிப்பதென்பது)

மரணத்தின் உச்ச இலக்குகளில்
அசைகின்ற பாறையின்
சமிக்ஞை அதன் நோட்டம்
...காத்திருப்பு
மிகவும் பொறுமைகளிலிருந்து
பின் வெடிக்கின்ற எரிமலை மூச்சு,
தணல் குழம்புகள்...
மௌனத்தின் உள்ளே இருக்கிறது!

எதனால் கற்கள் விளைகின்றன
பின் முற்றிப் பாறைகளாகி
மலைகளாக உளதுகின்றன

மலைகளுக்கிடையே பயத்துடன்
பதுங்கிக் கொள்கிறேன்

கலைந்துகிடக்கின்ற மேகங்களுடன்
மலைகளையும் மேய்த்துச் செல்கிறேன்

அவற்றின் பசி தணிவதற்காக
அந்தி மாலைகளை இழுத்துவருகிறேன்



அனார்

கனவு பனித்திரள்களாகக்
கவிந்த வெண்மலைகள் கவர்ச்சியானவை

இறுகிய திரைக்குள்
திறந்து விரியும் கதவுகள் தாண்டி
எதிரொலிக்கும் சிரிப்பின்
விசும்பலின் கருகல் நெடி
கசப்பின் தீரா இருளில் படர்கிறது

கடல்களை விலக்கிக்கொண்டு
முள்முனையாய் உயர்ந்த பாறையில்
குத்திக் கிழிபட்ட பழுத்த நிலாப்பாறை
நீலவிசம் கொட்டுகிறது
என் குரல் உன் உலகிலிருந்து விடைபெற்றுவிட்டது
அதன் நிரந்தரமான கேள்விகளோடு

ஜூலை 2009

# கனவுக்குள் அசையும் உடல் மொழி – 2

நேற்றைய குரலை
நெருப்பிற்குள் புதைத்துவிட்டுத் திரும்பியிருந்தேன்

கண்களை...
காற்று அள்ளிச் சென்றது

கரும்புப்பாகெனத் திரளும் காற்றை
பிடிப்பிடியாகத் தின்கிறது உடல்

அணில் கொரித்துப்போட்ட
கொய்யாப் பூக்களும் பிஞ்சுகளும் விழுந்த வாசலில்
தேன்நிற அந்தி
புதிய காதலை பருகிக்கிடந்தது

மற்றுமெனது வித்தியாசங்கள்
மறைவான புன்முறுவலாய் புகைந்து கொண்டிருக்க
நீ அறுவடை முடித்து திரும்புகின்றாய்
இன்னுமிருக்கின்றது விளைச்சல்

ஆகஸ்ட் 2009

                                      அனார்

# எல்லை வேலிகள்

எங்களுக்கிடையில்
இந்துமகா சமுத்திரம் இருந்தது

வழிநடையில் முகில் குவியல்கள்
வண்ணங்களின் குகைகள் . . .
அடுக்குகளாய் தீயெரியும் ஒளிக்காடு . . .

சூரியன் ஆட்சி முற்றிய வானம்
சந்திரன் ஆக்கிரமித்த சுரங்கப்பாதைகள்
வல்லரசுகளின் படையணிகள்
எல்லாம் இருந்தன

மலைகளை எல்லை வேலிகளாக
நாட்டியுள்ளனர்

காடுகள் நகர்ந்தபடி
எங்களைச் சுற்றி வளைத்து வழிமறிக்கின்றன

ஆனபோதிலும்
நான் அன்றவனை மூன்று முறை முத்தமிட்டேன்

ஆகஸ்ட் 2009

ஆகஸ்ட் 2009

## தடை செய்யப்பட்ட விடுகதை

முணு முணுத்துக் கொண்டும்
தொண்டையை செருமிக் கொண்டும் கேட்டேன்...

"அது ஓர் சொல்லா?"
"அது ஒரு நீளமான வார்த்தையா?"
... ... ...
இல்லை
அது ஒரு "சப்தம்" என்றான்



அனார்

# பருத்திக்காய்கள் வெடிக்கும் நாள்

பழுத்த பருத்தி இலைகள்
மடமடத்து உதிர்கின்றன
உலர்ந்த சருகுகளின் குவியல்
காற்றின் ஞாபகங்களில்
விலகி விலகி அசைகின்றது
வெடித்த பருத்திக்காய்களிலிருந்து
பிரிந்த பஞ்சுகள்
வேனிற்காலப் பொழுதொன்றைத் தூக்கிப்பறக்கின்றன
பச்சை இலைகளின் மணம்
இயற்கையை நடனமாடும்
பரவசத்தின் குரலெனச் சிணுக்கமிடும்
தீப்பொறிகளென உதிர்ந்திடும் இலைகள்
காற்றைத் தீண்டும்பொழுது
மறுபடியும் குருத்துவிடும் உதடுகள்
அதிகாலைக் குளிரின் காமம்
மரத்தினில் இன்னும் தங்கியிருக்கிறதா
பருத்தி இலைகளில் தன்னை வழியவிட்டு
துடிக்கின்றது சூரியன்
ஒளிச்சேர்க்கையின் நிறப்பிரிகை
மூன்று காலங்களிலும்
தங்கிவிடுகின்றது
பருத்திக்காய்கள் வெடிக்கும் நாளொன்றில்
கண்களில் காடென வளரும்
பசிகொண்டவளுக்காக
விரைந்து வித்துக்களை உதிர்க்கின்ற
பஞ்சுகள்
காற்று வெளியெல்லாம் பரப்புகின்றன
அவன் வருகையின்
விநோதமான சமிக்ஞைகளை

ஒக்டோபர் 2007

www.ingramcontent.com/pod-product-compliance
Lightning Source LLC
Chambersburg PA
CBHW020936160726
47993CB00007B/2810